மு. மேத்தா

ஆகாயத்துக்கு அடுத்த வீடு

சாகித்ய அகாதமி விருது பெற்ற நூல்

ஆகாயத்துக்கு அடுத்த வீடு

சாகித்ய அகாதெமி விருது பெற்ற கவிதை நூல்

மு.மேத்தா

©மல்லிகா மேத்தா

முதற் பதிப்பு	:	ஆகஸ்டு, 2004
இரண்டாம் பதிப்பு	:	மே, 2006
மூன்றாம் பதிப்பு	:	மார்ச், 2007
நான்காம் பதிப்பு	:	பிப்ரவரி, 2009
ஐந்தாம் பதிப்பு	:	ஜூலை, 2010
ஆறாம் பதிப்பு	:	டிசம்பர், 2011
ஏழாம் பதிப்பு	:	டிசம்பர், 2012 (கவிதா)
எட்டாம் பதிப்பு	:	டிசம்பர், 2016
ஒன்பதாம் பதிப்பு	:	ஜூலை, 2017
பத்தாம் பதிப்பு	:	டிசம்பர், 2019
பதினொன்றாம் பதிப்பு	:	செப்டம்பர், 2021

நூல் வடிவமைப்பு
மு.ஸ்ரீதரன்
பேச : 93802 78840

☐

அச்சு
சேது பிரிண்டர்ஸ்
சென்னை

☐

வெளியீடு

கவிதா பப்ளிகேஷன்
8, மாசிலாமணி தெரு, பாண்டி பஜார்,
தி. நகர், சென்னை - 600 017.
தொலைபேசி : 044-4216 1657, 7402222787
மின்னஞ்சல் : kavitha_publication@yahoo.com
வலைதளம் : www.kavithapublication.com
ISBN : 978-81-8345-306-6
பக்கம் : 96
விலை : ரூ.100/-

இந்தியா என் காதலி

உண்மையை நான்
ஒப்புக் கொள்கிறேன்...
காதலித்து உன்னைக்
கட்டிக்
கொள்ளவில்லை...
கட்டிக்
கொண்டதால்தான்
காதலித்துக்
கொண்டிருக்கிறேன்!
O
உன்
தர்பார் மண்டபங்களில்
நியாயங்கள்
தற்கொலை
செய்துகொள்ளும்
முன்பே
கொலை
செய்யப்படுகின்றன.

சட்டங்கள் விசிலடிக்க
ஜனநாயகம்
கை தட்டுகிறது!
O
உன் மைய மண்டபத்தில்
குயில்களின் குரலை
அவைக் குறிப்பிலிருந்து
நீக்க வேண்டுமென்று
காக்கைகள்
கலகம் செய்கின்றன.
O

மக்கள் தொகையில்
நூறு கோடியைத்
தாண்டிவிட்டாய்...
ஒரே ஒரு
வறுமைக் கோட்டைத்
தாண்ட முடியாமல்
வழுக்கி விழுகிறாய்...
O
இராம ஓவியம்
தீட்டுவதற்கு
இரத்தம் போதவில்லை
என்று
சத்தம் போடுகின்றன
தூரிகைகள்....

நீயோ
'தூரிகை வாழ்க' என்று
பேரிகை கொட்டுகிறாய்!
O
மதங்களுக்கும்
சாதிகளுக்கும்
மகுடம் சூட்டிவிட்டு
மனிதர்கள் கிடக்கிறார்கள்
மருத்துவ மனைகளின்
சவக் கிடங்குகளில்!
O

எந்த நேரத்தில்
இடிப்பார்களோ
எந்த நேரத்தில்
வெடிப்பார்களோ
என்று
ஊர் ஊராகக்
கடவுள்
ஒளிந்து வாழ்கிறான்...
O

அன்னிய முதலாளிகளின்
கோப்பைகளை எமது
குருதியால் நிரப்பிவிட்டு
அவர்களது
குளிர்பானங்களால்
எம்மைக்
குளிரவைக்கப் பார்க்கிறாய்.
O

ராமராஜ்யக்
கனவுகள்
மெல்ல மெல்ல
ரோம ராஜ்யக்
கனவுகளாய்
மாறிவருகின்றன....
O

○ மு. மேத்தா

வாழ்க்கையை
முதுமக்கள் தாழிக்குள்
மூடி வைத்துவிட்டு
வடிவங்களைப் பற்றி
மோதிக்
கொள்கிறார்கள்
நவீன
இலக்கியவாதிகள்...
○
கவிஞர்களோ வெறும்
கட்டியங்காரர்களாய்...
சுட்டெரிக்க
வேண்டிய
அவர்களின் சொற்கள்
சுருட்டுப்
பற்ற
வைத்துக்கொண்டு...
○
உண்மையை நான்
ஒப்புக் கொள்கிறேன்...
காதலித்து உன்னைக்
கட்டிக்
கொள்ளவில்லை...

கட்டிக்
கொண்டதால்தான்
காதலித்துக்
கொண்டிருக்கிறேன்!
●

கற்றவன் என்ற
கர்வம் தகர்ந்தது
அந்த விவசாயி
கன்னடத்தில் எழுதப்பட்ட
கடிதத்தைக் கொடுத்து
வாசித்துக் காட்டச் சொல்லி
வணங்கிய போது!
●

உடனிருந்த பூக்கள்
உதிர்ந்ததைப் பார்த்த பின்னும்
கொடியில் குதிக்கும்
மலர்கள்
குதூகலமாய்!
●

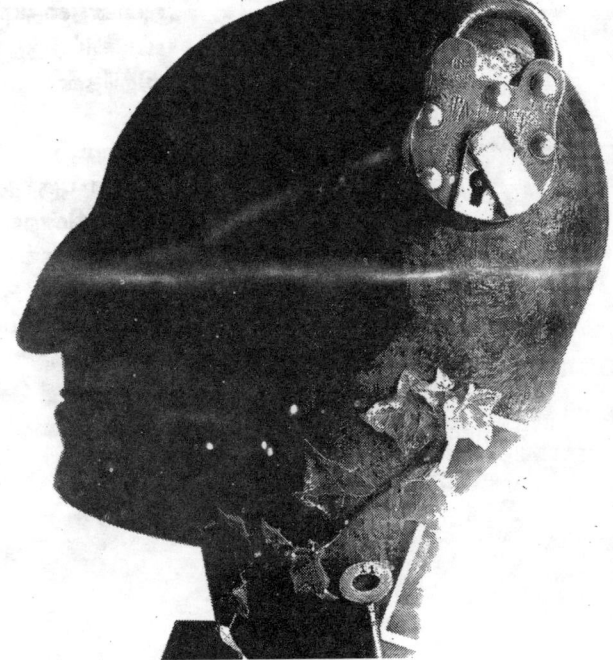

குற்றப் பத்திரிகை

ஊரெல்லாம் உறக்கத்தில்
தூங்காமல் நான்...
தூங்க விடாமல் நீ!
O
வாசல் கதவு
ஜன்னல் கதவு
அனைத்தையும்
பூட்டிவிட்டுத்தான்
படுத்தேன்.

அப்படியும்
உள்ளே புகுந்து
உதைக்கின்றன
உன் ஞாபகங்கள்...
O
கம்பன் காவியத்தில்
வாலி வதை
கண்ணே நீ செய்வது
வாலிப வதை!
O

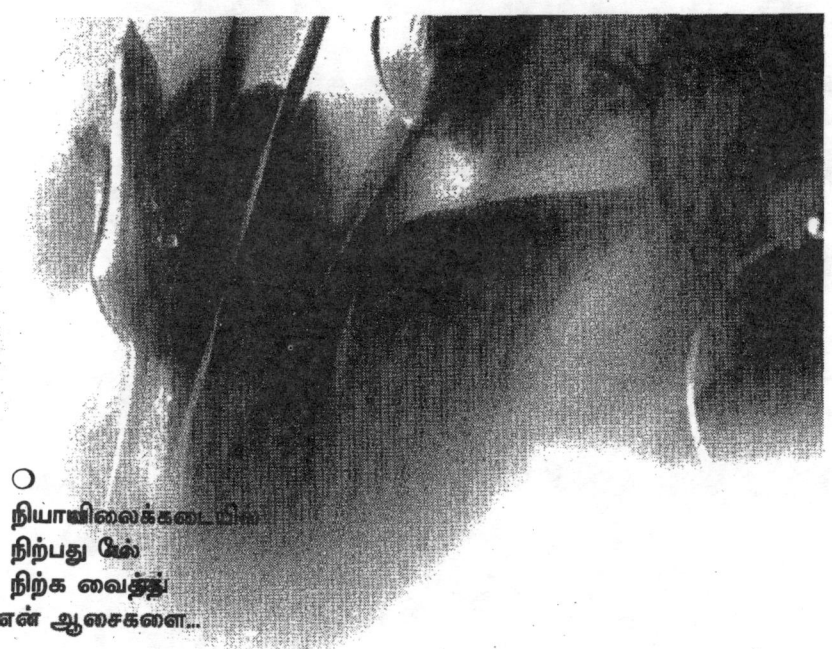

○
நியாயிலைக்கடையில்
நிற்பது போல்
நிற்க வைத்து
என் ஆசைகளை...

பூ
கைக்குட்டை
பேனா
புன்னகை...

எதைக் கேட்டாலும்
'இருப்பில் இல்லை' என்று
திருப்பி அனுப்பினாய்...
○
குழந்தைகள்
கையில் கிடைத்த
பொம்மை போல்
உன் கையில்
கிடைத்திருக்கிறது
என் காதல்!

உருட்டி விளையாடு...
உடைத்து விடாதே!
○

எரித்து முடித்தேன் உன்
காதல் கடிதங்களை...
சாம்பலாய் நான்!
○

இப்போதுகூட நீ
பிரிந்து போனதைப்பற்றி
வருந்தவில்லை நான்...

அளவுக்கு மீறிச்
செல்லம் கொடுத்து
என்னைக்
கெடுத்துவிட்டுப்
போய்விட்டாயே
என்பதுதான்
என் வருத்தம்!
●

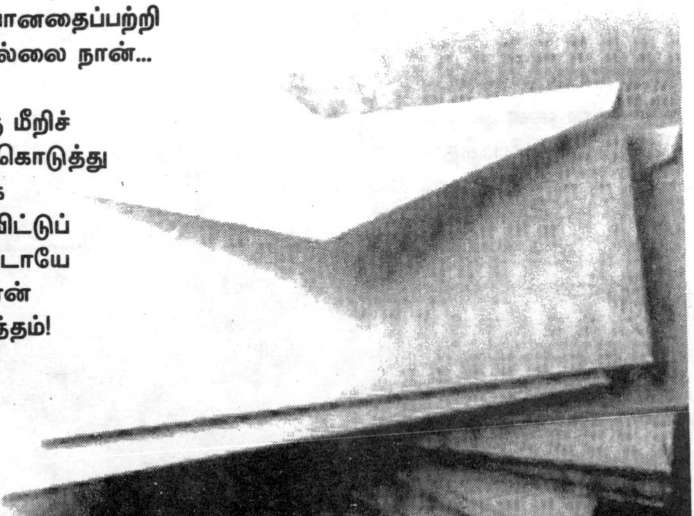

"உழைப்பு... உழைப்பு...
ஓயாத உழைப்பு...
உழைப்பினால் மட்டுமே
ஒவ்வொரு படியாய்
உயர்ந்து வந்தவன் நான்"

நட்சத்திர விடுதியின்
நான்காம் மாடியில்
பேட்டியளித்து கொண்டிருந்தார்
பிரபல தொழிலதிபர்.

உட்கார்ந்திருந்த
லிஃப்டுகள்
ஓசை எழாமல்
சிரித்துக்கொண்டன!
●

வசதி படைத்தவர்களின்
வீடுகளில் உள்ள
நீச்சல் குளங்களைப்
பார்க்கும் போதெல்லாம்
வரும் எனக்குச் சந்தேகம்...

"இந்தக்
குளங்களை எங்கு போய்க்
குளிப்பாட்டுவது?"
●

வழுவமைதி

வசதி உள்ளவர்
வழுக்கி விழுந்தால்
குளியல் அறை என்று
கூறுக.
பஞ்சை பராரிகள்
வழுக்கி விழுந்தால்...
படுக்கை அறை என்று
பகர்க
●

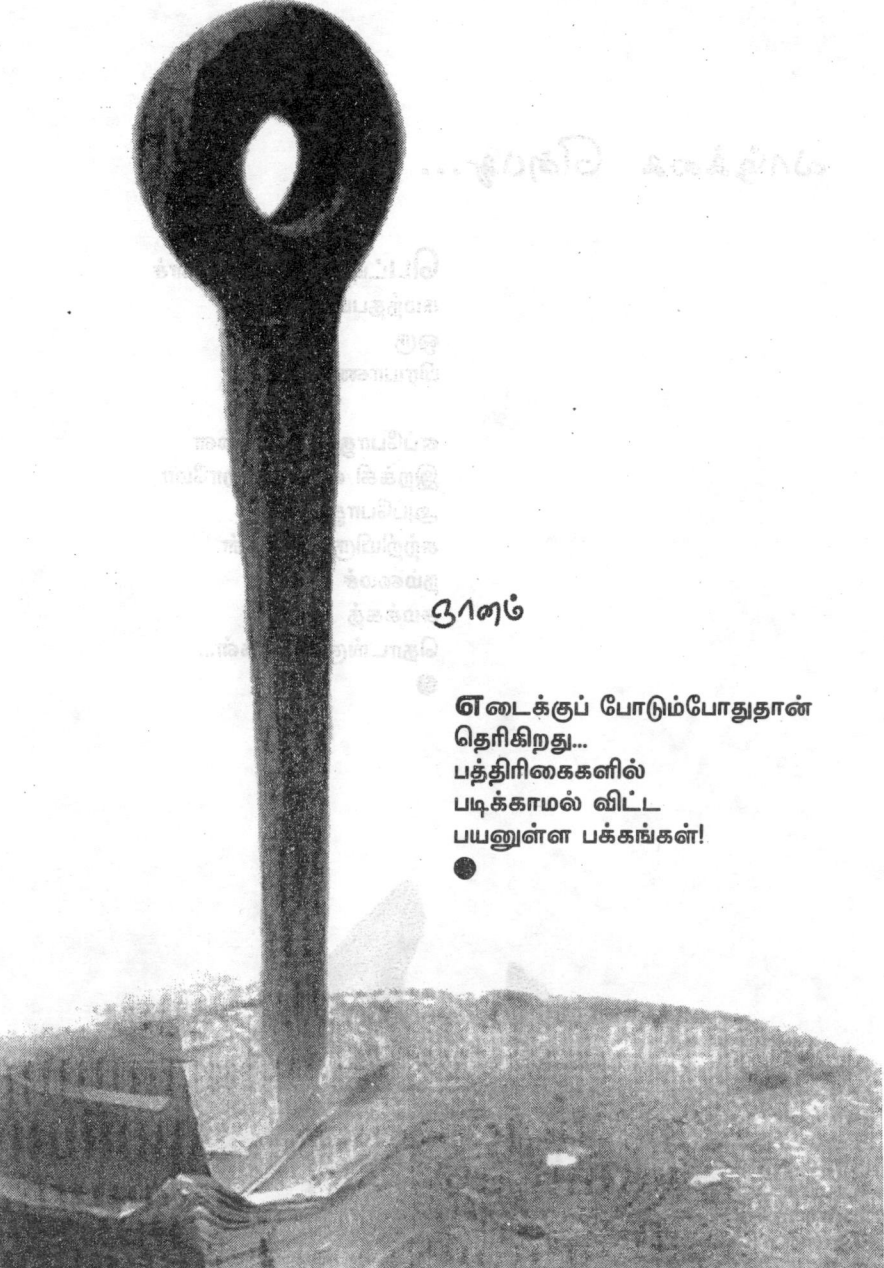

ஞானம்

எடைக்குப் போடும்போதுதான்
தெரிகிறது...
பத்திரிகைகளில்
படிக்காமல் விட்ட
பயனுள்ள பக்கங்கள்!

வாழ்க்கை என்பது...

பெட்டி படுக்கைகளைச்
சுமந்தபடி
ஒரு
பிரயாணம்

எப்போது சுமைகளை
இறக்கி வைக்கிறோமோ
அப்போது
சுற்றியிருப்பவர்கள்
நம்மைச்
சுமக்கத்
தொடங்குகிறார்கள்...
●

உகிர் பாடும் ஒப்பாரி

(கோவை வேளாண்மைப் பல்கலைக் கழக மாணவிகள் மூவர்
தர்மபுரியில் உயிரோடு எரிக்கப்பட்டபோது...)

நந்தவனம் கண்திறக்க
நடந்துவரும் செல்லமக
வந்துருவா என நெனச்சு
வாசலிலே நின்னிருந்தேன்!

மலர்ந்த முகப் பூவால
மணக்க வைக்கும் சின்னமக
வார திசை பாத்து
வழிமேலே காத்திருந்தேன்!

வண்டியில வந்திறங்கி
வண்ணமயில் நுழையுறப்போ
ஆரத்தி எடுக்கத்தான்
அரைச்சு வச்சேன் மஞ்சள்

மணமா மணக்குற என்
மாமதுர மல்லிகைய
பொணமா தூக்கிவந்து
போட்டுட்டாக வீட்டுக்குள்ள!

ஊழலுக்கு தண்டனையாம்...
ஊருக்குள்ள கலவரமாம்...
நாலெழுத்து படிக்கலியே
நமக்கு ஒண்ணும் புரியலியே!

வாயக்கட்டி வயித்தக்கட்டி
மனசுக்குள்ள கோட்டைகட்டி
கோயமுத்தூர் அனுப்பி
குலவிளக்க படிக்க வெச்சேன்!

கோயிலுக்குப் போறதுக்குக்
கூடையில பூப்பறிச்சேன்
பூப்பறிச்ச கூடையில
தீப்புடிச்ச ஞாயமென்ன?

பெத்த வயிறெரிய
பேதலிச்சு மனமெரிய
சுத்தி நெருப்பெரிய
எம்புள்ள
கத்துனது கேக்கலையே!

ஊரறிய புள்ள பெத்து
ஊட்டி வளர்த்திருந்தா
கூட்டுக் கிளிகளுக்குக்
கொள்ளிவைக்க கைவருமா?

குப்பைகளத் தீ வச்சு
குளிர்காயும் ஊருக்குள்ள
கொழுந்துகள தீ வச்சு
குளிர் காய்ஞ்ச பாவி யாரு?

ஊனு உசுரு எல்லாம்
உமியா உதுருதடி
மானப் பறிகொடுத்து
மனசெல்லாம் பதறுதடி!

தண்டிக்க சட்டமுண்டு
சட்டத்துல ஓட்டையுண்டு!
அப்பீலும் வக்கீலும்
தப்ப வழி செஞ்சாலும்

பெத்த வயித்துக்குள்ள
படிச்ச நெருப்பு இது
சுத்தி வளைச்சுருமே...
சுழட்டி அடிச்சிருமே!
●

○ மு. மேத்தா

வரலாறு

அடையாளங்களையெல்லாம்
அழித்து விடுகிறார்கள்!

எப்படி அறிந்து கொள்வது...
கொலைகாரர் குரலையும்
குயில்களின் இசையையும்?
●

குடியரசு தினம்

ஆளுநர் மாளிகையில்
விருந்து
அனைத்துக் கட்சித்
தலைவர்களுக்கும்!

பரிமாறிக் கொண்டிருந்த
பணியாளர்கள் தமக்குள்
பேசிக் கொண்டனர்:

"யார்
யாரைச்
சாப்பிடப் போகிறார்களோ?"
●

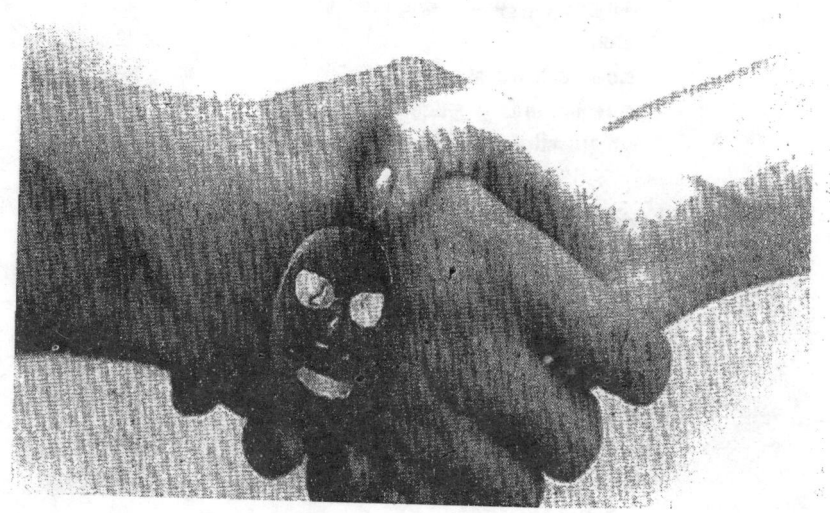

நதி

மலையில் ஜனனம்!
கடலில் மரணம்!
வாழ்க்கை முழுவதும்
வழிநடைப் பயணம்!

நீ
பயிர்கள் ஆசையாய்ப்
படிக்கும் புதினம்!

தண்ணீர்ப் பாய் விரித்து
பூமிக்குத்
தாய்ப்பால் தருபவள் நீ!

மலைமகள்!
கடலின் மணமகள்!
ஆகாய மருமகள்!
நாங்கள்
புன்னகைக்கக் கண் கசக்கும்
மழைமகள்!

கர்நாடகத்தில் உடையட்டும்
உன்
கால் விலங்கு!
காவிரியாய் நீ நடந்து
காதுகளில் தேன் வழங்கு!

அழுக்குத் துணிகளை
வெளுக்க இடம் கொடுப்பாய்!
அழுக்கு மனங்களைச்
சலவை செய்ய அறிவாயா?

கற்களை உருட்டி வந்து
கரைத்து மணல் ஆக்குகிறாய்!
கல்லான மனதுகளைக்
கரைத்திட நீ முயன்றதுண்டோ?

உலகத்தின் தாகத்தைத்
தணிப்பவளே! உன்னுடைய
உள்ளத்தில் தாகம் ஏதும்
உண்டோ?
●

நீயும் நானும்

உடன் வந்தவன் நீ
எல்லாப்
புகைப்படங்களிலும்
இருக்கிறாய்
என்னை மறைத்துக்கொண்டு!

உட்கார ஒரு
நாற்காலி வேண்டும்
எனக்கு.
உட்கார்ந்திருப்பவர்களையெல்லாம்
எழுந்து நிற்க வைக்க
ஒரு நாற்காலி வேண்டும்
உனக்கு.

மனிதர்களெல்லாம்
உனக்குப்
படிக்கட்டுகள்...
எனக்குப்
படிக்கட்டுகளும்
மனிதர்கள்!

உன் கனவில்
விமானங்களும்
தேவதைகளும்...

என் கனவில்
அழுக்கடைந்த
பேருந்துகளும்
வியர்வை சொட்டும்
மனிதர்களும்...

"போனால் போகிறது
ஒரே ஒரு நாள்
நம் கனவுகளை
இடம் மாற்றிக் கொள்வோம்"
என்கிறாய் நண்பனே!

வேண்டாம் -
என் கனவுகளின் நரம்புகளில்
ஓடிக் கொண்டிருப்பது
சிவப்பு ரத்தம்!
உன் கனவுகளின் நரம்புகளில்
சிவப்புச் சாயம்!
●

பாடம்

பக்கங்கள் தோறும்
படபடத்து
பாராக்களை உடைத்து
வாக்கியங்களைத்
தாக்கித்
தகர்த்து

புத்தகத்திலிருந்து
வெளியே வந்த சொற்கள்
எழுதியவனைத் தேடி
இழுத்து வந்தன...

படித்துக்கொண்டிருந்தவன்
பதுங்கத் தொடங்கினான்!
●

கொம்பு
முளைத்துவிடுகிறது...
மாடுகளைப் போல்
தலையாட்டும்
மனிதர்களுக்கும்!
●

ஒற்றைக் காலால்
ஓங்கி மிதிக்கிறார்கள்
இரண்டு கால்களில்
விழுந்து எழுந்தவர்கள்!
●

இன்னொரு கடத்தல்
(வீரப்பனிடமிருந்து கன்னட நடிகர் ராஜ்குமார் மீட்டு வரப்பட்டபோது)

இதைப் போய்
எந்த முதலமைச்சரிடம்
எடுத்துரைக்க முடியும்..?

என் பொருட்டுக்
கலவரம் நிகழுமென்று
யார்
கவலைப்படப் போகிறார்கள்...?

தந்திரம் தெரியாமல்
அகப்பட்டுக் கொண்ட
எனக்காக
மந்திரிசபை கூடியா
விவாதிக்கப் போகிறது...?

என் ஒலிநாடாவை
எந்த நக்கீரன்
எடுத்துச் செல்லப் போகிறார்...?

மாட்டிக் கொண்ட என்னை
எந்த நெடுமாறன்
மீட்டு வரப்போகிறார்...?

எதுவுமே
நடக்கப் போவதில்லை...
பேச்சுவார்த்தைக்கும்
வழியில்லை...
அதிரடிப்படையை
யாரும்
அனுப்பப்போவதும் இல்லை...

ஆண்டுகள் எத்தனையோ
ஆகிவிட்டன...
அந்த அழகியின்
காதல் பார்வையால்
கடத்தப்பட்ட
என் இதயம்
தப்பித்து வரமுடியாமல்...
தவிக்கிறது!
●

எழுத்தெனப் படுவது...

அதை நான்
எழுதி முடிக்கும் போது
அதற்கான சுவடுகள்
அழிந்து போயிருக்கும்...
அவற்றின் சுவடுகளாய்
என்
எழுத்துக்கள் இருக்கும்!

எழுதும் முன்
எது என்னை வதைத்ததோ
அது உங்களை
வதைக்கத் தொடங்கும் போது
நான் எழுதப்பட்டிருப்பேன்...
●

அகமே புறம்

பழமொழிகளைச் சொல்லி
பயமுறுத்தும் மாமியார்
பொன்மொழிகளைச் சொல்லிப்
புண்படுத்தும் மாமனார்
தன் மொழியைச் சொல்லத்
தடுமாறும் கணவன்...

●

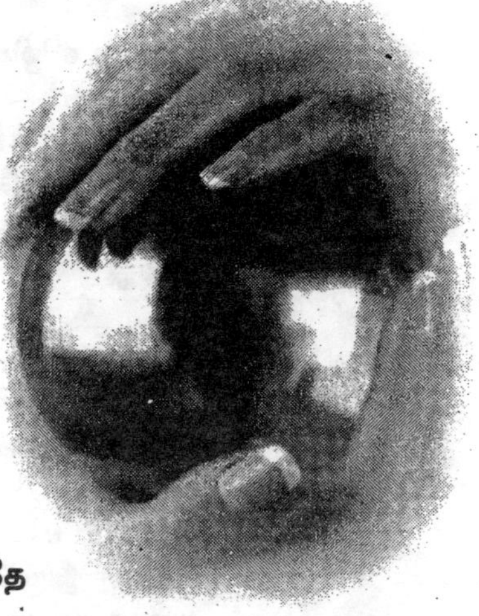

புறமே அகம்

கோபித்துக் கொள்ளாதே
கோப்பெருஞ் சோழனே...

புறப்புண் நாணி
வடக்கிருப்பதென்றால்
ஒவ்வொரு நாளும்
எத்தனை முறை
வடக்கிருப்பது?

மொத்தமாய் எல்லோரும்
முதுகில் குத்தும்
ஊரில்...

●

○ மு. மேத்தா

விளக்குகளின் விழா

விளக்குகளா அவை?
இல்லை...
இருளின்மீது தொடுத்த
வழக்குகள்...

ஒற்றை விழிச்சுடரால்
விளக்கு
உற்றுப் பார்க்கிறது...
இருட்டு எங்கேனும்
ஒளிந்துள்ளதா
என்று.

திடிரென்று
சோகம் விளக்கைச்
சூழ்ந்து கொள்கிறது...

நிழலாய் உடன் நிற்கும்
சொந்த இருட்டினைத்
துரத்த முடியவில்லையே....
●

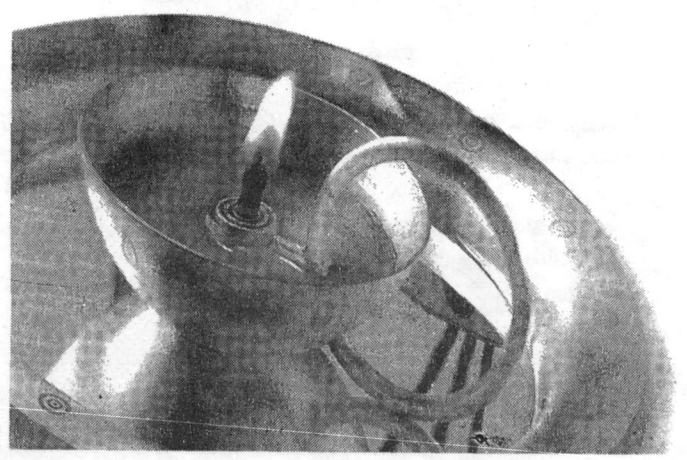

ஒரே குரல்...

இடிந்து கிடக்கின்றன மசூதிகள்...
இடிபாடுகளின் உள்ளிருந்து
எட்டிப் பார்க்கிறான்
இறைவன்!

எரிந்து கிடக்கின்றன தேவாலயங்கள்...
சாம்பல் குவியலில்
மெல்ல அசைகிறது
கர்த்தரின் தலை!

காயம்பட்டுக் கிடக்கின்றன கோவில்கள்
காதுகளைப் பொத்தியபடி
கண்திறந்து பார்க்கிறான்
கடவுள்!

வேடிக்கை பார்த்துக்
கொண்டிருக்கும்
கூட்டத்தை நோக்கி
மூவரும் கேட்கிறார்கள்
ஒரு கேள்வி...

"உங்களில் யாராவது
ஒரு மனிதன் இருந்தால்
வரச் சொல்லுங்கள் -
ஒன்றாக நாங்கள்
உயிர்த்தெழுகிறோம்!"

சிறுகுறிப்பு வரைக

நெய்வேலி - டிசம்பர் 2003

தண்ணீர் வேண்டி
பிரமாண்டமான
பேரணி...

நடிகர்களைக் காணக்
காத்துக் கிடந்த
கூட்டம்
கவலைப்பட்டது...

மழை வந்து
கெடுத்து விடுமோ
என்று
●

சிறுகுறிப்பு வரைக

குஜராத் - 2002

விருட்டென்று
குஜராத்தின்
வீதியொன்றில்
யானைகள் நுழைந்தன
திரும்பின!

எதுவும்
நடக்கவில்லை...

சில மனிதர்கள் புகுந்தனர்
திரும்பினர்!

விழுந்து கிடந்தன
வீ   டுதோறும்
பிணங்கள்...
காரணம்
மனிதர்களுக்கு
'மதம்' பிடித்திருந்தது.

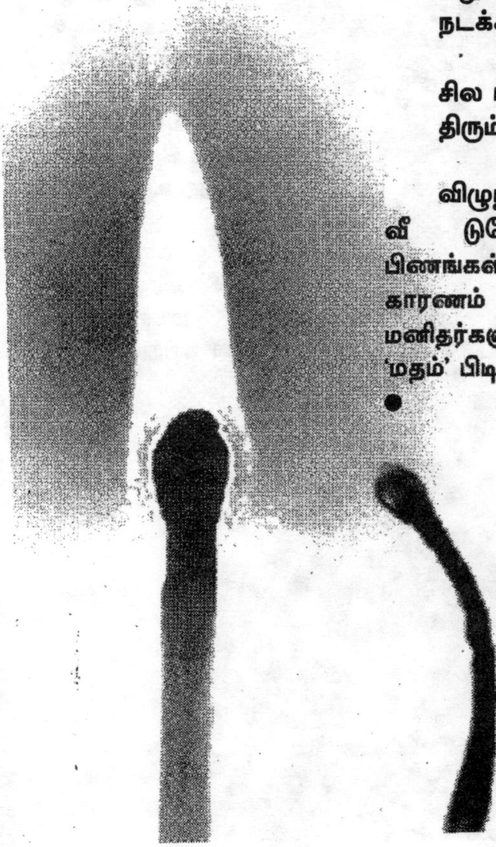

சிறுகுறிப்பு வரைக

தஞ்சை - ஜன, 2003

ஊருக்கெல்லாம்
சோறு போட்டவனுக்கு
இப்போது
ஊர் கூடிச்
சோறு போடுகிறதாம்...

அரிசி வேகவில்லை
மூட்டிய நெருப்பில்...
உயிரிழந்த உழவர்கள்!

காவிரியில்
தண்ணீர் வரவில்லை
மயானத்தில்
பொங்கல் வந்துவிட்டது!

சிறுகுறிப்பு வரைக

ஈராக் - 2003

ஈராக் அழிந்து
சிதைந்த பிறகுதான்
தெரிந்தது...
பேரழிவு ஆயுதங்கள்
எவர் கையில்
இருந்ததென்பது!

●

சிறுகுறிப்பு வரைக

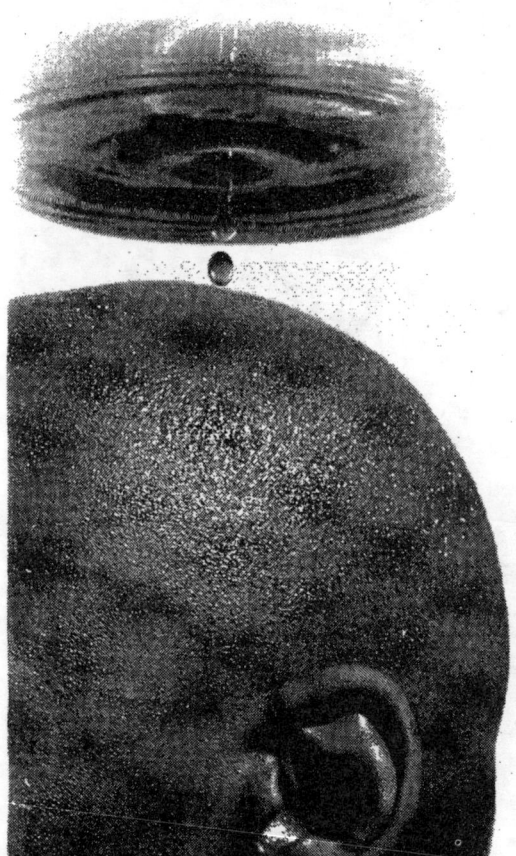

அமெரிக்கா

தலையில் எண்ணெய்
தடவுவார்கள் உலகில்...
அமெரிக்காவோ
எண்ணெய்க்காக
வளைகுடா நாடுகளின்
தலையைத் தடவுகிறது...
●

கவிதையின் கதை

அலங்கார வளைவுகளைத்
தாண்டிய பின்னும்
அரங்கிற்குள் நுழையத்
தயங்கி நின்றது கவிதை!

"உன்னைப்பற்றித்தான்
பேசுகிறார்கள்!
உள்ளே போ"
உபசரித்தார் ஒருவர்!

உள்ளே
நிற்கவும் இடமில்லா
நெருக்கடி!

அலட்டிக் கொள்ளத் தெரியாத
அப்பாவிக் கவிதை
மேடைவரை நடந்துபோய்
மீண்டும் திரும்பி
இருக்கை தேடி
ஏமாற்றமடைந்தது!

சாகித்ய மண்டல
சண்ட மாருதங்கள்..
ஞானபீட
வாணவேடிக்கைகள்...

இசங்களைக் கரைத்து
ரசங்களாய்க் குடித்தவர்கள்...
தமிழ்
செத்துப் போய்விடக்கூடாதே
என்ற
கருணையால்
பேனாவைப் பிடித்திருக்கும்
பிரும்மாக்கள்...

ஒருவர் கூட
கவிதையை
உட்காரச் சொல்லவில்லை!
இடம் தேடும் கவிதையை
ஏறிட்டும் பார்க்கவில்லை!

சுற்றிச் சுற்றிப் பார்த்து
சோர்ந்த கவிதை
அரங்கிலிருந்து
வெளியே வந்தது!

விமர்சனத்தின்
கிழக்கு மேற்கு அறியாத
கிராமத்து ரசிகர் ஒருவர்
கேட்டார்:

"உன்னைப் பற்றித்தான்
விவாதம் நடக்கிறது...
நீயே வெளியேறுவது
நியாயமா?"

கவிதை அவரிடம்
கனிவுடன் உரைத்தது:

"அவர்களின் நோக்கமெல்லாம்
என்னைப் பற்றி
விவாதிப்பதல்ல...
தம்மைப் பற்றித்
தம்பட்டம் அடிப்பதே!"
●

விழாக் காலம்

கவிஞன் மரித்த பின்
உயிர்த்தெழுந்தன
கவிதைகள்!

●

நேரம்

உயிரோடு இருந்தபோது
ஓடாத கடிகாரம்
செத்த பிறகு
ஓடத் தொடங்கியது
சரியாக...

●

ஆகாயத்துக்கு அடுத்த வீடு

ஒருவருக்கும் தெரியாமல்
ரகசியமாய்
என்னை
உன்னிடம் கொண்டுவந்து
சேர்த்துவிடும்
இந்தக் கடிதம்!
O

எந்த ஊரில்
இருந்தாலென்ன...
என் கடிதத்தை நீ
தொட்டவுடன்
சிலிர்க்கும் எனக்கு!
O

எழுத்துக்களைப்
பார்க்கிறாய் நீ
இந்த
எழுத்துக்களின் வழியே
உன்னை
எட்டிப் பார்க்கிறேன் நான்
O

காற்று உன் வீட்டுக்
கதவுகளை
அசைக்கும்போதெல்லாம்
நினைவுபடுத்திக் கொள்...
உன் இதயத்தை
அசைக்க நான்
எடுத்த முயற்சிகளை!
O

ஒவ்வொரு தடவையும்
நீ பார்த்த
பார்வைகளைத்
தொகுத்து வைத்திருக்கிறேன்
ஆல்பமாக

அர்த்தம் சொல்லத்தான்
அகராதி கிடைக்கவில்லை...
O
பூங்கொத்து வேண்டாம்
எப்போதும்
வாடாமல் இருக்கும்
உன் வார்த்தைகள்...
O
புகைவண்டியில் உன்னை
வழியனுப்பும்போது
கேட்பேன்.
"இப்போதாவது
என்னை
என்னிடம் விட்டுச் செல்!"
O
அவசியம் அனுப்பிவை
உன் திருமண
அழைப்பிதழை...
பரிசு விழுந்தது
யாருக்கென்று
பார்த்துக் கொள்கிறேன்!
●

தீண்டாமை

கறுத்தநிறப் பாம்பொன்று
மேனி கொஞ்சம்
கலை எழிலாய்ச் சிவந்தநிறப்
பாம்பும் ஒன்று!
பொறுத்திருந்தே அறைக்குள்ளே
நுழைந்து சுற்றிப்
புறம்பார்த்தும் அகம்பார்த்தும்
புன்ன கைக்கும்!

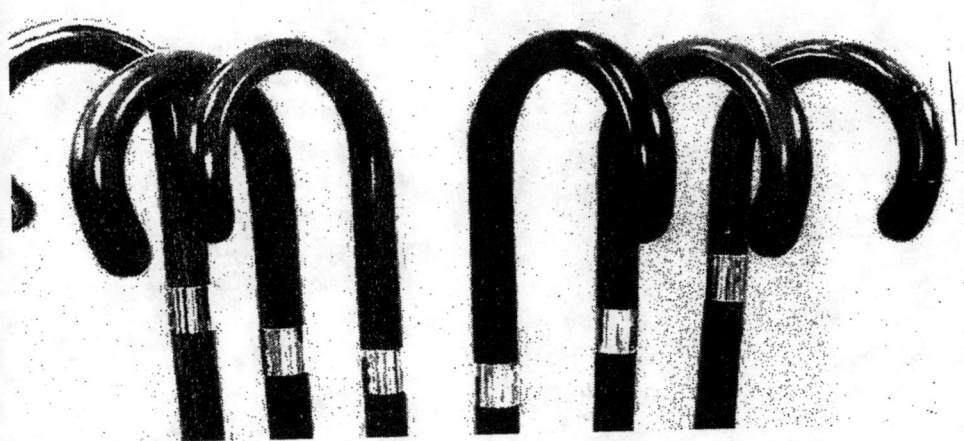

ஓ மு. மேத்தா

அருகருகே வரும் அன்பாய்
முறைத்துக் கொள்ளும்
ஆவேசப் படமெடுத்தே
ஆடும்; சீறும்!
இறுகி அவை ஒன்றுடனே
ஒன்று மோதும்
இளைப்போடும் களைப்போடும்
மூச்சு வாங்கும்!

இவ்விரண்டு பாம்புகளும்
ஒன்றை ஒன்று
எப்படித்தான் தீண்டிடினும்
பிழைத்துக் கொள்ளும்!
அவ்விரண்டில் ஒன்று நமைத்
தீண்டி விட்டால்
அடடா ஓர் நொடிப்பொழுதில்
மரணம் அன்றோ?

அன்பழைப்பு

பூக்கள்
சொல்லிக் கொடுக்கின்றன...
எப்படி நாம்
புன்னகைப்பது என்று

கடலலைகள்
சொல்லித் தருகின்றன...
எப்படி நாம்
கை குலுக்குவது என்று!

நாம்தான்
இதயத்தில் வெடிவைத்து
உதயத்தை உலுக்குகிறோம்!
◯
சிறகடிக்கிறது
அந்தச்
சிறு பறவை...
கூண்டுக்குள்ளும்
குதூகலமாக!

மனிதர்களே நாம்தான்
கட்டுகளில் அகப்பட்டுக்
கலங்குகிறோம்
பரந்த வெளியிலும்
பரிதாபமாக!
◯
சுதந்திரம் நம் சுவாசம்
அதை
நம் நுரையீரலுக்கு
ஆக்ஸிஜன் குழாய்களிலா
அனுப்பி வைப்பது?
◯

மு. மேத்தா

O
பறவைக்குச் சமாதி!
சிறகுக்கு விடுதலை...
இதுவா
பாரத தேசம்?
O
நாம்
மதுரையை எரித்த
நெருப்பின் மிச்சம்
இலங்கையைச் சுட்ட
தீயின் சொச்சம்

கூண்டுகளை உடைப்போம்!
நமக்கான
கூடுகளைப் படைப்போம்!
O
காயம்பட்டுக் கிடக்கிறான்
கடவுள்!
அவனுக்கு
மருத்துவம் பார்க்க
மனிதர்களே வருவீரா?

மனிதர்களாய் வருவீரா?

மதயானைகளுக்கு
'மதம்' பிடித்து விட்டது...
அங்குசம் ஏந்திட
அனைவருமே வருவீரா?
●

கடலுடன் ஒரு கலந்துரையாடல்

கடலே!
தண்ணீரே உடலானாய்!
அலைச் சரிகை ஆடையிலே
அழகானாய்!

வாயாடி நீ!
அரை நொடிகூட உன்
அலை வாயை மூடுவதில்லை...

படகுகள் நடை பயிலும்
பளிங்கு மேடை நீ!
குளித்துக்கொண்டே யிருக்கும்
மீன்களின் கூடை!

உன் அரச சபைதனிலே
நாள் தோறும் நாட்டியமா?
அடுத்தடுத்துப் புது முகங்கள்
அறிமுகமா?

வளைந்து நெளிகின்ற
அலைகளென்னும்
ஆடல் அழகிகளின்
அரங்கேற்றமா?

நீ மேகத்தின் தாயா?
மழையின் குழந்தையா?
உப்பை உற்பத்தி செய்யும்
உவர்த் தொழிற்சாலையா?

உலகெங்குமுள்ள
ஏழைகள் சிந்திய
கண்ணீரின் கருவூலமா?

ஒவ்வொரு திசையிலிருந்தும்
ஊர்வலமாய் வரும்
நதிகளின் மாநாடு
நடத்துகிறாயா?

எல்லா நதிகளும்
சேர்ந்து திரண்டிருக்கும்
சீரணி அரங்கமா நீ?

நாள்தோறும் கரையை நீ
நனைக்கின்றாய்
கடற்கரையில்
நடமாடும் மனிதர்களின்
இதயத்தை நனைப்பாயா?
●

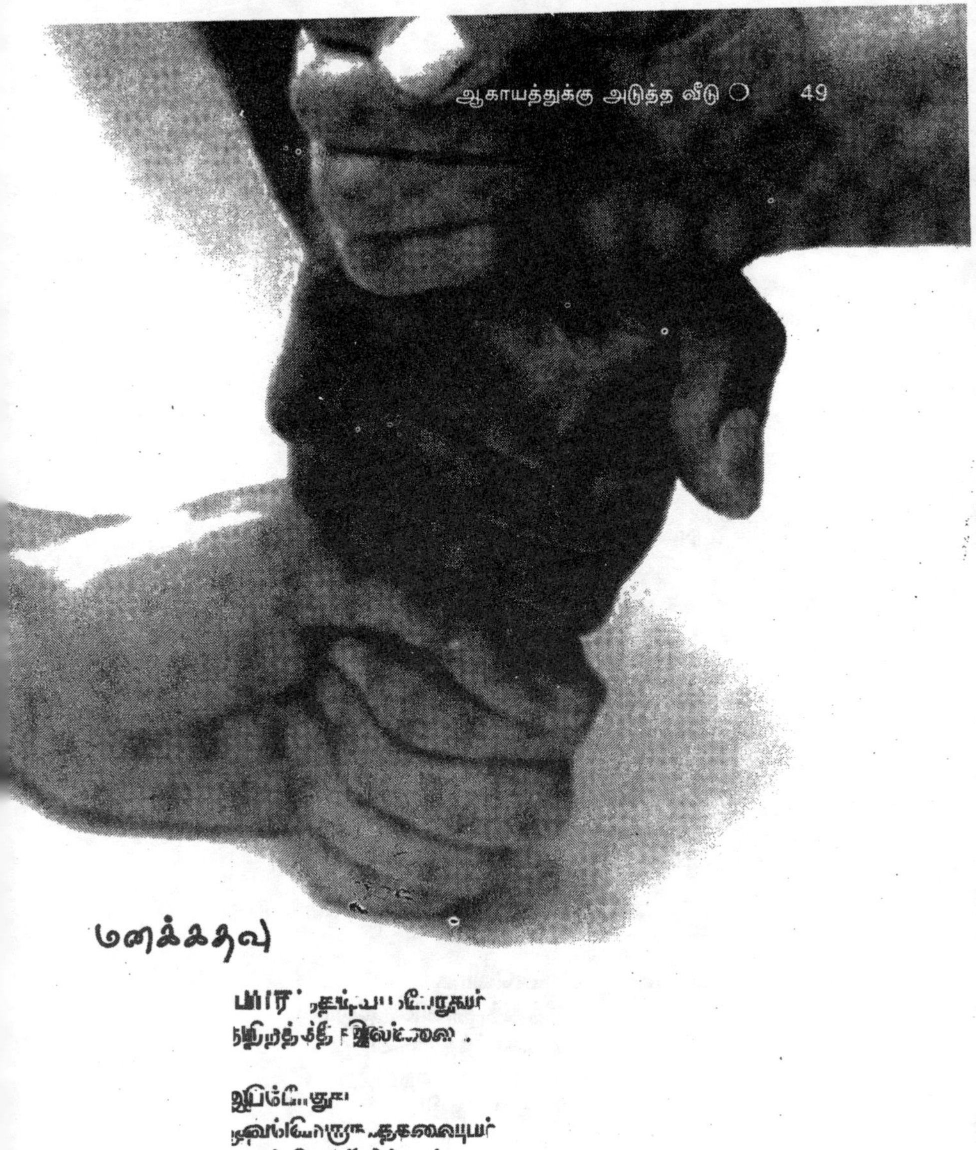

மனக்கதவு

யாரும் தட்டிப்பாடே ாதபடி
நெஞ்சத்தைத் தீட்டி வைத்திலை.

ஜிப்ட்டோடு
உள்ளிருந்து தாளவையும்
தடவித் தடங்கித் தடவி
தடவிட்டோடு
விடாங்கிறதூ..

உடம்பின் வெடியும்
தீயுக்கதகவையின் துமிறும்!

●

இதயத்தின் தொலைபேசி

(தொலைபேசியில் உருவாகிச் சிறகடித்துத் தொலைபேசியிலேயே தொலைந்து போன ஒரு காதலின் உரையாடல்)

டிசம்பர் 2002

அவன் : அன்பானவளே!
நேரம் கேட்டாய்
என்னைப் பார்ப்பதற்கு...
அறிந்து கொண்டேன்
என் நேரம்
நல்லநேரம் என்று

அவள் : தேடி வந்தேன் உன்னை
அன்றுதான் நான்
தொலைந்து போனேன்!

ஜனவரி 2003

அவள் : ஒவ்வொரு
தேதித் தாளின் மீதும்
உட்கார்ந்திருக்கிறது
உன்னைச் சந்தித்த
முதல் தேதி!

அவன் : முதல் முறை பார்த்தபோதே
முடிவு செய்துவிட்டேன்
என் வாழ்க்கையை
நீதான்
முடிவு செய்யப்போகிறாய்
என்று

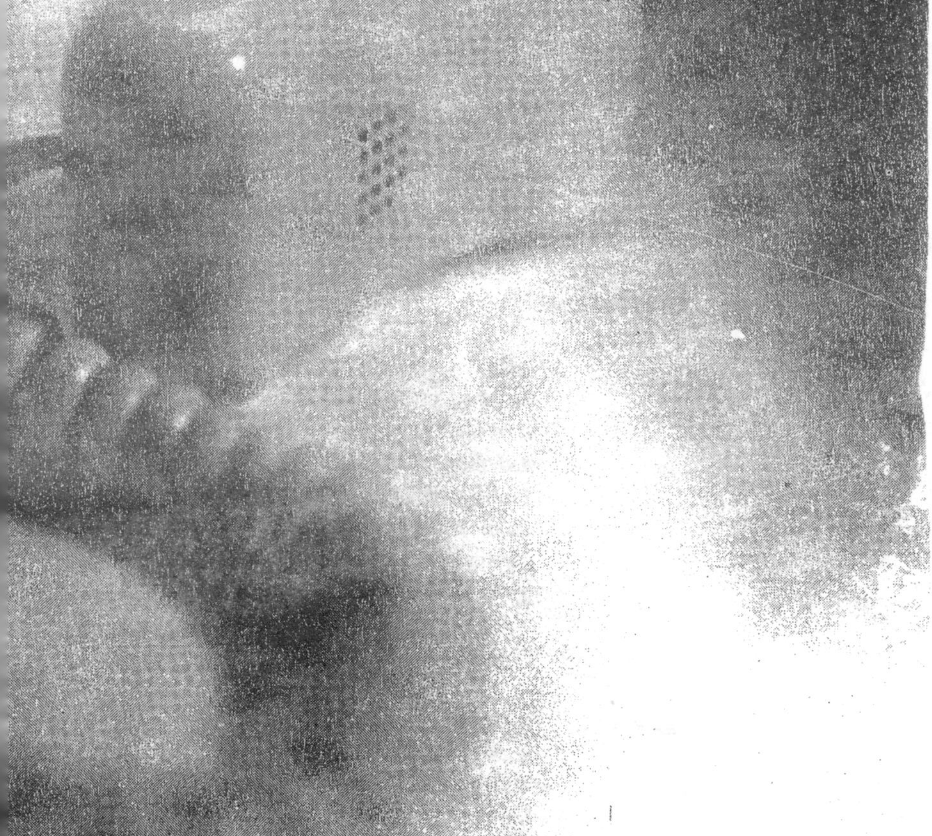

பிப்ரவரி 2003

அவள் : ஓங்கி நிற்கும்
கட்டிடங்களெல்லாம்
நினைவு படுத்தும்
உன்
கம்பீரத்தை...

அவன் : நடந்து போகும்
நதிகளெல்லாம்
ஞாபகப்படுத்தும்
உன்
நளினத்தை...

1 மார்ச் 2003

அவன் :   ஏதேனும் தோன்றினால்
           எழுதுங்கள்
           என்கிறாய்
           ஏதேதோ தோன்றுகிறது...
           எழுத முடியுமா?

12 மார்ச் 2003

அவள் :   ஒரே ஒரு புகைப்படம்
           சேர்ந்து எடுத்துக் கொள்வோம்
           என்கிறாய்
           உனக்குத் தெரியுமா?
           தனித்தனியே
           படம் எடுத்துக் கொண்டாலும்
           இருவரும் அதில்
           இருப்போம்

ஏப்ரல் 2003

அவன் :   உன்னிடமே வந்து
           உன் தோழிகள்
           என்னுடைய கவிதைகளைச்
           சொல்லக் கூடும்!
           அவை
           உன்னைப்பற்றிய
           கவிதை கள் என்று
           உளறிவிடாதே!

அவள் : தோழிகள்
எதைஎதையோ கேட்டதுண்டு
என்னிடம்...
என்னையே கேட்டவன்
நீ

அவன் : நீ
பார்த்த பார்வையால்
பற்றிக்கொண்ட
தீக்குச்சி நான்
எரிந்து கொண்டே
இருப்பேன்
திரும்பி வந்து நீ
அணைக்கும் வரை

6 மே 2003

அவள் : சில காலமாய்
எனக்குள்
ஒளிந்துகொண்டிருந்தேன்
இப்போது
உனக்குள்
ஒளிந்துகொண்டிருக்கிறேன்

அவன் : கூட்டல் என்பது
உன் பெயரோடு
என் பெயரைச்
சேர்த்துச் சொல்வது
கழித்தல் என்பது
உன் பெயரை மட்டும்
சொல்வது

15 மே 2003

அவள் : மூச்சுவிட மறந்துவிட்டேன்
என் வீட்டில்
உன்னைப்பற்றிப்
பேச்சு வந்தபோது

அவன் : ....

ஜூன் 2003

அவள் : என் முகவரி கேட்கிறார்கள்
உன் முகவரியைச்
சொல்லட்டுமா?

அவன் : உயிரையே கொடுக்கலாம்
உன் காதலுக்கு...
ஒரே ஒரு தயக்கம்
என் உயிரை நம்பி
ஏழெட்டு உயிர்கள்!

2 ஜூலை 2003

அவள் : அன்று
காதலியின் முகத்திரையைக்
கழற்றச் சொன்னாய்
நீ
இன்று
காதலின் முகத்திரையைக்
கழற்றச் சொல்கிறேன்
நான்

18 ஜூலை 2003

அவள் :   யார் நீங்கள்?
         என்று நீ கேட்டபோது
         சட்டென்று
         மறந்துவிட்டது
         நான் யார் என்று

         தெளிவாகத்
         தெரிந்துவிட்டது
         நீ யார் என்று

அவன் :   ....

ஆகஸ்டு 2003

அவன் : கண்ணாடி,
கைக்குட்டை
கவிதைத் தாள்,
பேனா
எதையாவது
மறந்து
விட்டுவிட்டு
வருவது வழக்கம்...
உன்னைப்
பார்க்க வரும்போதெல்லாம்!

வெகு கவனமாய்
இம்முறை
கொண்டு வந்துவிட்டேன்
என் திருமண
அழைப்பிதழை
உன்னிடம்
கொடுக்காமலே!

செப் 2003

அவள் : உன்னுடைய
ஒவ்வொரு
பிறந்த நாளன்றும்
என் வாழ்த்துமடல்
வரும்
உனக்கு...

உனக்காகப் பிறந்தவள்
எவள் என்று
உணர்த்துவதற்கு!

அவன் : உன் கையெழுத்தைப்
பார்க்கும் போதெல்லாம்
படபடக்கும்
ஒரு ஜன்னல்
என் இதயத்தில்...

அவள் : மீண்டும்
நாம் சந்திக்கும்போது
உன்னிடம் காட்டுவதற்காக
பத்திரப்படுத்தி வைத்திருப்பேன்
இந்தக் கண்ணீர்த்துளிகளை!

அக் 2003

அவன் : எந்த
உறவையும்விட
உயர்ந்தது
நம் பிரிவு

கடவுளைவிட
ரகசியமானது
நம் காதல்...

அவள் : கவலைப்படாதே!
நீ என்னைக் காதலித்ததை
ஒருவருக்கும் சொல்லமாட்டேன்

ஆதிவாசியைப் போன்றது
என் இதயம்
அடித்துச் சொல்லும்...
அடிபட்டதைச் சொல்லாது!

அவன் : வாழ்க்கைப் பாதையில்
கண்டும்
காணாமல் செல்லக்
கற்றுக் கொடுப்போம்...
காதலைக்
கற்றுக் கொடுத்த நம்
கண்களுக்கு!
●

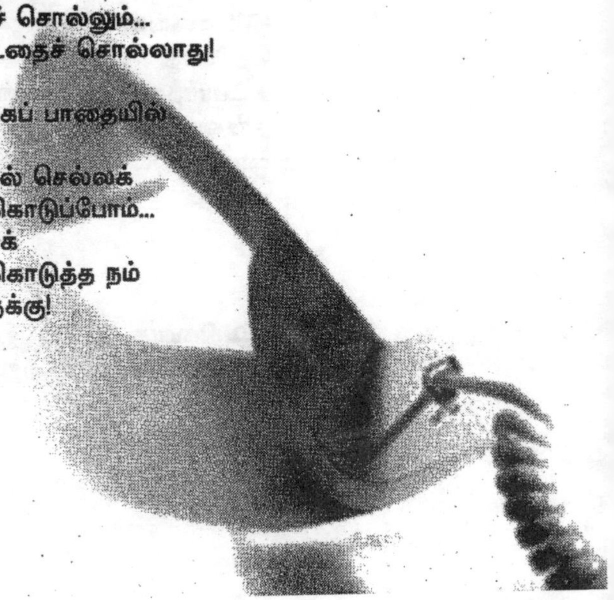

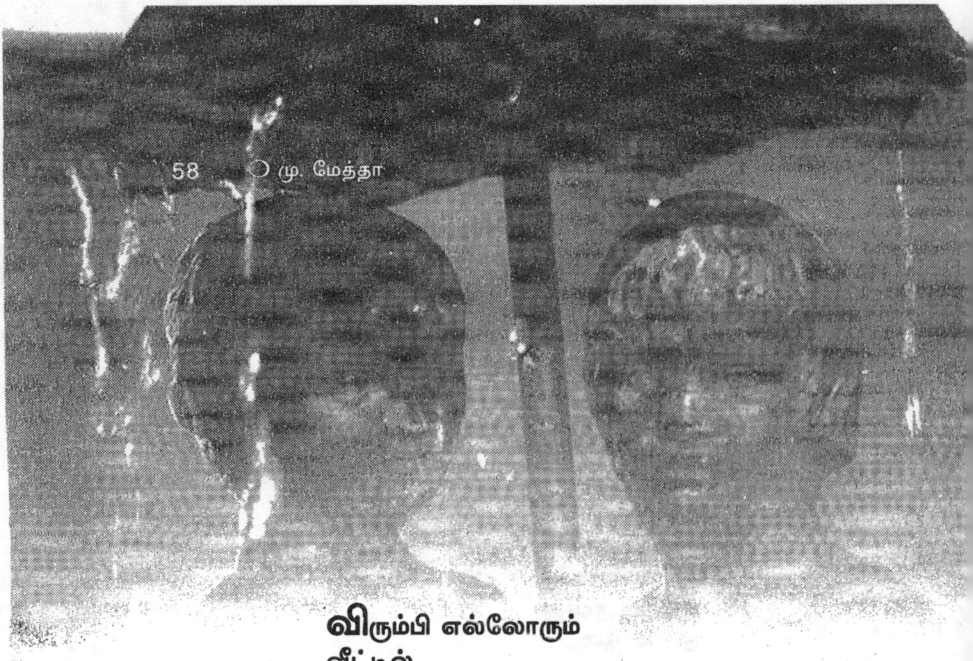

விரும்பி எல்லோரும்
வீட்டில்
வைத்துக் கொள்கின்றனர்
நாட்காட்டிகளையும்
ஆட்காட்டிகளையும்!
●

வாகனங்களுக்குத்
தெரியாது
உட்கார்ந்து வந்தவர்கள்
தன்னை எங்கே
ஓரங்கட்டுவார்கள்
என்று.
●

அதிகமாக
அழுது தொலைக்கிறது...
அந்தக்
குடைக்கு யார்
குடைபிடிப்பது?
●

ஆகாயத்துக்கு அடுத்த வீடு

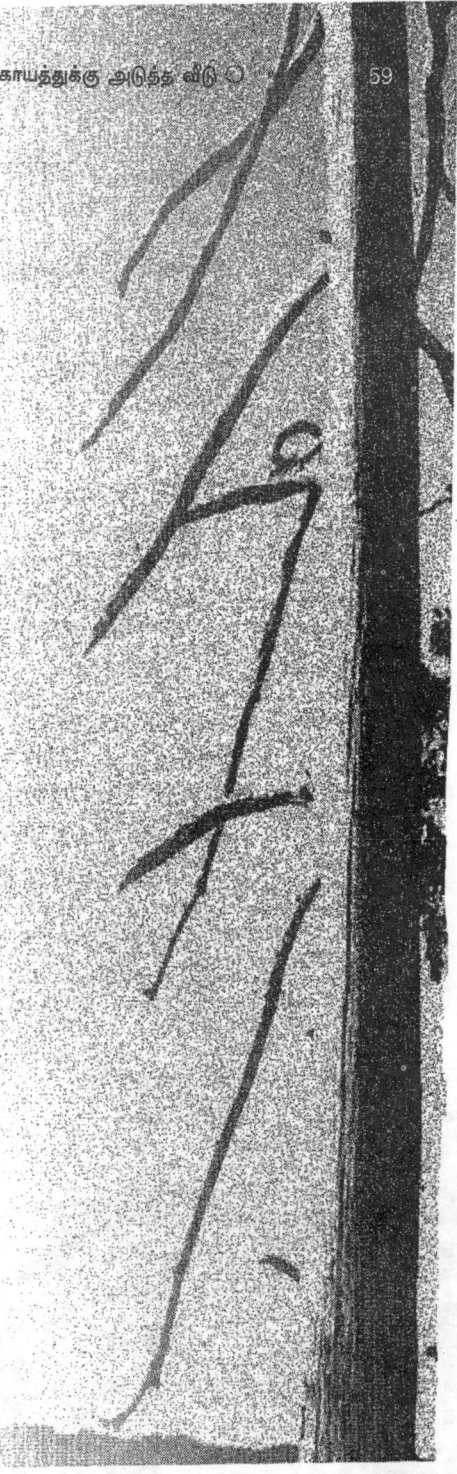

உயிர் நண்பர்கள்தான்...
எவர் உயிர்
என்னும்
கேள்வி வரும் வரைக்கும்...
●

உதிர்ந்த இலைகள்
ஒப்பாரி வைத்தன
உதிர்த்த மரமோ
கவலைப் படாமல்
கம்பீரமாய் நின்றது.
●

காயம்பட்டவர்களின்
புண்களின் மீது
கவிதை எழுதாதே
தோழா!
களிம்பு தடவு!
●

புன்னகைக்கும் பயல்

சிரிக்கிறது மெழுகுவர்த்தி
'என்னை
எழிலாகக் காட்டுவது
இருட்டல்லவா?'
என்று
O

நாணத்தில் கவிழும்
செந்தாமரையை
நளினமாய் எச்சரிக்கிறது...
விதவையாய் நிற்கும்
வெள்ளைத் தாமரை!
O

சிம்மாசனத்திற்காகச்
சிரசாசனம் செய்கின்றன
செல்லரித்துப் போன
செருப்புகள்!
O

தட்டுகளைத்
தட்டிக் கேட்க முடியாமல்
தராசு முட்கள்
தலை கவிழ்கின்றன
○

மூக்கைப் பிடித்தபடி
தாக்குப் பிடிக்கிறது
கூவம் நதிக்கரையில்
கூவ வந்த குயில்!
○

வேங்கையாய்ச் சீறுகின்றன
விசிறிகள்
○

புன்னகைத்தபடி
பூனைக்குட்டியாய்ப்
படுத்துக் கிடக்கும்
புயல்!
●

மு. மேத்தா

தாய்மண்ணே வணக்கம்

கார்கிலில் உயிர் நீத்த
மாவீரர்களே!
இந்தியா என்னும் மொழியில்
மொத்தம்
நூறு கோடி எழுத்துக்கள்...
அதில்
நாங்களெல்லாம்
'மெய்'யெழுத்துக்கள்...
நீங்கள்தான் உயிரெழுத்துக்கள்!
●

ஆகாயத்துக்கு அடுத்த வீடு 63

அவளுக்கு ஓர் ஆடை
(திரைப்பட நடிகை சில்க்ஸ்மிதா
தற்கொலை செய்துகொண்டபோது)

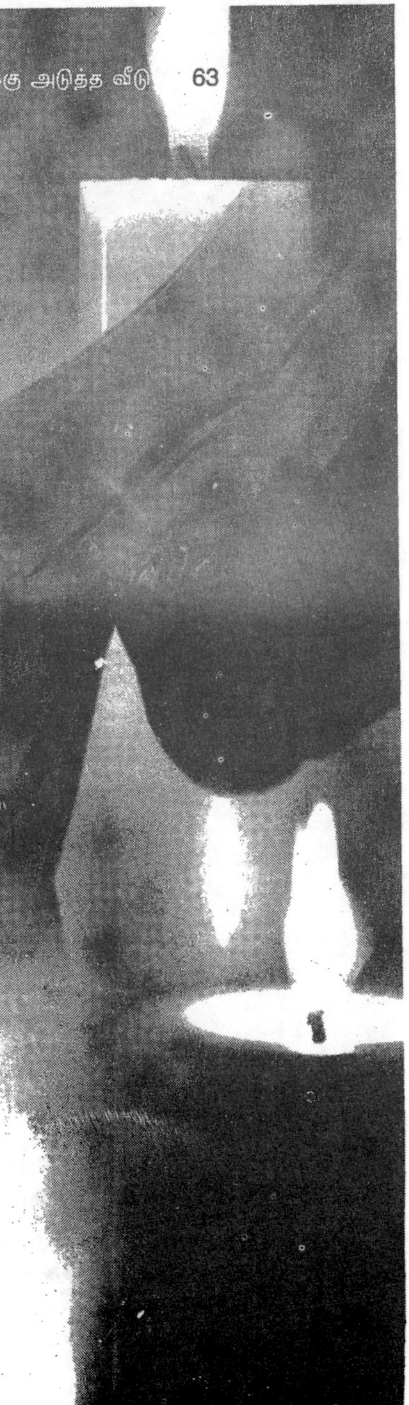

வாலிப வசந்தங்களின்
திருவிழாத் தேவதையே!
செப்பனிடப்படாத சொப்பனமே!

மர்மம் சூழ்ந்த உன்
மரண வாசலில்
என் கவிதை
உனக்கு
மலர் தூவுகிறது!

வறுமையின் கோரப் பிடியிலும்
ஒழுங்காக உன்னால்
உடுத்திக்கொள்ள முடியவில்லை!
வசதியின் வாழ்க்கைப் படியிலும்
ஒழுங்காக உன்னால்
உடுத்திக்கொள்ள முடியவில்லை!

அணிந்து மகிழ்வதற்காகவே ஆடைகள்...
உன் ஆடைகளின் கதையோ
சோகமானது...
அவை அவிழ்ப்பதற்காகவே...
அணிவிக்கப்பட்டவை...

'நடிகை' என்று உன்னை
நாடு அழைத்தது!
எங்கள் முன்
ஒரு கேள்வியை
எறிந்தது உன வாழ்க்கை!
'நடிக்காதவர் யார்?'

நீ தாலி கட்டாமல்
வாழ்ந்ததுகூடத்
தவறல்ல - ஒரு
வேலி கட்டி
வாழ்ந்திருக்கக் கூடாதா?

யார் யாருக்கோ
அட்சய பாத்திரமாய் இருந்தாய்!
உன்னையே நீ ஏன்
பிச்சைப் பாத்திரமாய்
உணர்ந்தாய்?

களவுத் தொழிற்சாலையே உன்
கைக்குள் இருந்தது!
நீ ஏன்
இன்னொருவர் கைக்குள்
இறுகிக் கிடந்தாய்?

நீ
விசிறிகளை நேசித்தாய்...
அதனால்தானா
உன் மரணத்தையும்
ஒரு விசிறியிடம்
யாசித்தாய்?

உன் மரணத்திற்காக
என் கவிதை இப்போது
கண்ணீர் சிந்தவில்லை...
பெருமூச்சு விடுகிறது!

இனி
தூக்கத்தில் யாரும் உன்னைத்
தொல்லை செய்ய மாட்டார்கள்...
உன் படுக்கையில்
நெருப்பை யாரும்
பற்றவைக்க மாட்டார்கள்...

இனி
உனக்கு
கூரிய நகங்களால் கீறும்
இரவுகளும் இல்லை!
கொள்ளிக் கட்டைகளாய்ச் சீறும்
பகல்களும் இல்லை!

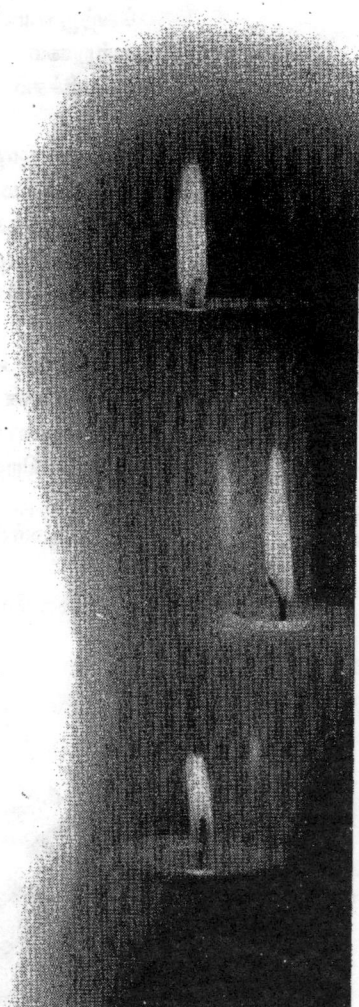

நியாயங்கள்

மெழுகுவர்த்திக்கு
தியாகி என்ற திமிர்!
விளக்குக்கு
போராளி என்ற கர்வம்!

இரண்டுக்கும்
வேற்றுமையில்
ஒற்றுமை
வெளிச்சம் கொடுப்பதில்!

உருகும் ஜாதி நான்
என்றது மெழுகுவர்த்தி!
பிறருக்காகக்
கருகும் ஜாதி நான்
என்றது விளக்கு!

விளக்கு உரைத்தது:
ஒளி - என்
எண்ணையை
உறிஞ்சுகிறது

மெழுகுவர்த்தி கூறியது:
ஒளி
என்னையே உறிஞ்சுகிறது!
●

பொங்கும் கனவுகள்

பூட்டித்தான் வைத்திருந்தேன்
என் கனவுகளை...
வெளியே சென்றால்
விபத்திற்கு ஆளாகுமென்று!

ஆனாலும் நான்
அயர்ந்த நேரங்களில்
தந்திரமாய்
என்னை விட்டுத்
தப்பிச் சென்ற கனவுகள்
அழுது கொண்டே திரும்பின
அடிபட்டுப் போய்!

வாயை
மூடிக் கொண்டிருக்கத்தான்
கட்டளையிட்டிருந்தேன்
என்
கனவுகளுக்கு!

அகம்பாவக்காரர்களின்
ஆணவப் பேச்சில்
ஆத்திரப்பட்டு
உரையாடத் தொடங்கிய
என்
ஊமைக் கனவுகள்
உதைபட்டுத் திரும்பின!

கனவுகளின்
அருமை தெரியாமல்
கலைந்து போனவர்கள்
மத்தியில்
கவலைப்படுகிறேன்
எப்போதும் என்
கனவுகளைப் பற்றி!

விட்டுத் தொலைக்கவும்
இயல வில்லை...
பட்டுத் தவிக்கவும்
முடியவில்லை...

●

ஓர் உரையாடல்

(நீதிமன்றம், காவிரி நடுவர் ஆணையம் அனைத்து உத்தரவுகளையும் மீறிக் கர்நாடக அரசு தமிழகத்திற்குத் தண்ணீர் தர மறுத்தபோது...)

"செப்புத் தகட்டில்
எழுதுவதா?
கல்லில்
செதுக்குவதா?
எதில் எழுதிவைத்தால்
நிலைக்கும்
இந்திய ஒருமைப்பாடு?"
என்றார்.

தயங்காமல் சொன்னேன்
"தண்ணீரில் எழுதுங்கள்"
என்று.

"நீர்மேல் எழுத்து
நிலைக்காதே" என்றார்.

"நீரில் எழுதாவிட்டால்
இந்திய ஒருமைப்பாடு
நிலைக்காதே" என்றேன்.

"எந்த நீரில்
எழுதச் சொல்வது?" என்றார்.

"கிருஷ்ணாவைக் கூப்பிட்டுக்
காவிரியில்
எழுதச் சொல்லுங்கள்"
என்றேன்.

○ மு. மேத்தா

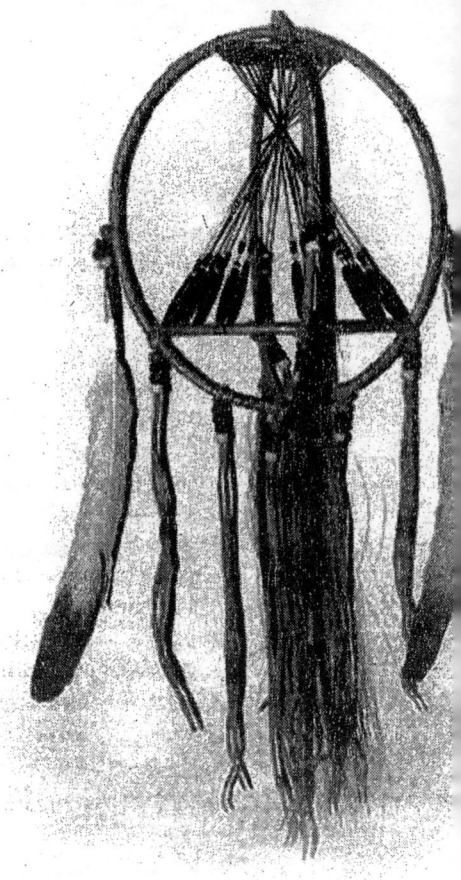

வாழ்க்கை

ஆயிரம் அறிஞர் உண்டு
ஆயினும் ஒருவர்கூட
அருகினில் வரவே இல்லை
அறிவுரை சொல்வதற்கு!

வகைதெரி யாமல் வந்து
வாழ்க்கையில் மாட்டிக் கொண்டேன்!
தப்பித்துச் செல்வ தற்குத்
தடமுண்டா? என்று கேட்டேன்!

இறுதியில் தெரிந்து கொண்டேன்
எல்லோரும் மாட்டிக் கொண்டார்!
எல்லோரும் மாட்டிக் கொண்டார்...
ஒருசிலர் காட்டிக் கொண்டார்!
●

கன்னிமாடம்

அது ஒரு காலம்...
என்
உதடுகள் அவள் பெயரை
உச்சரித்தால்
அதைத்
தலையால் நடந்து
அவள்
தம்பட்டம் அடித்த காலம்!

முகத்திற்கு உரை எழுத
என்
கவிதையின் வாசலில்
அவள்
காத்து நின்ற காலம்!

அவள்
பெயரை நாடெங்கும்
பிரபலப்படுத்த
என்
எழுதுகோலின் அசைவிற்கு
அவள்
ஏங்கிய காலம்!

மேடையில் நான் பேசும்போது
எதிரே அமர்ந்து
கைதட்டிக் கைதட்டி
அவள்
கன்னம் சிவந்த காலம்!

தோழிகள் என்னிடம்
ஆட்டோகிராப் நோட்டை
நீட்டியபோது
அவள் மட்டும்
வெள்ளைத் தாமரையாய்
விரிந்த கையை நீட்டி
விழிகளால் என்னை
விழுங்கிய காலம்!

'எழுதும் போது
இப்படியா வேர்ப்பது?'
என்று கேட்டபடி
முந்தானையால் அவள் என்
முகம் துடைத்த காலம்...

'தாஜ்மகாலைச் சுற்றி என்
தலைவனின் பேர் சொல்லி
ஒரு நூறு முறை நான்
உருண்டு வரட்டுமா?'
என்று

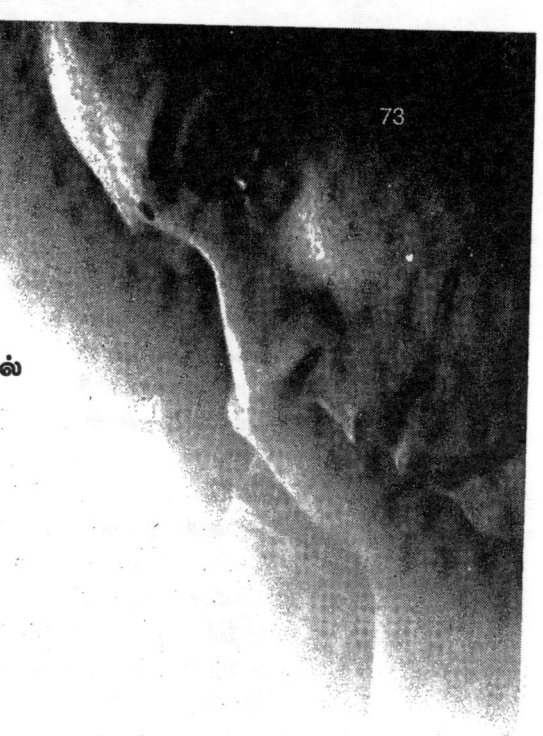

செல்லமாய் என் காதுகளில்
அவள்
சிணுங்கிய காலம்...

பூங்காவோ கடற்கரையோ
போகும் இடமெங்கும்
'என்
கவிஞன் அமர்ந்திட
இந்த
கம்பீர நாற்காலி'
என்று

காரில் தூக்கி வந்து
அவள் என்னை
கவுரவித்த காலம்...
அது ஒரு காலம்!

இன்று
வேறொரு விழாவிற்குத்
தாமதமாய்ச் சென்றதனால்
இரண்டாம் வரிசை
இருக்கையில் நான் அமர,,,

பார்வை என் மீது
பட்டுவிடாதபடி தன்
முன்வரிசை
நாற்காலியில்
அவள்
முகம் புதைத்த காலம்!

●

தாய்

பெட்டியை மேலே வைத்தான்
சிறிய பெட்டியைப்
புகை வண்டியின்
இருக்கைக்குக் கீழே
இழுத்துத் தள்ளினான்...
தோள் பையைக் கம்பியில்
தொங்க விட்டான்...
கனமாய் இருக்கிறதென்று
கைப்பையைக் கழற்றினான்...
கையில் பிடித்திருந்த
பத்திரிகையைக்கூடப்
பக்கத்தில் வைத்தான்...
நெட்டி முறித்து
நிமிர்ந்தான்...

எதிரே
இடது தோளிலும்
வலது தோளிலும்
இடுப்பிலும்
மாற்றி மாற்றி
வைத்ததன்றி
தன் குழந்தையைக்
கீழே
இறக்கி வைக்காத
தாயைப் பார்த்துத்
தலை குனிந்தான்!

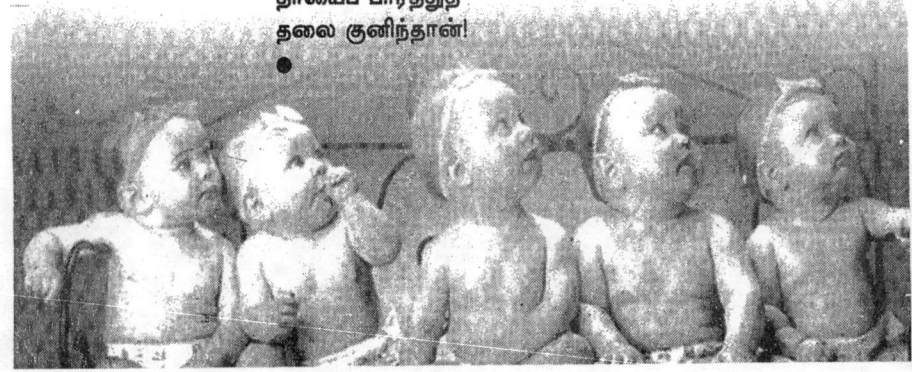

கும்பகோணத்தில் மகாவதம்

பள்ளியில்
அடுப்பு மூட்டியது
பிள்ளைகள் சாப்பிடவா?.
பிள்ளைகளைச் சாப்பிடவா?

இறந்தவர்களுக்குத்தான்
எரியூட்டுவார்கள்...
மல்லிகைப் பூக்களுக்கா
கொள்ளி வைப்பது?

மதுரையை எரித்த
கனல்
கண்ணகியின் மார்பு!
கும்பகோணத்தில்
கொளுந்து விட்டநெருப்பில்
பற்றி எரிகின்றன
பாலூட்டிய மார்புகள்.

விதியின்
விளையாட்டு மைதானம்
விசித்திரமானது...

தமிழ்நாட்டில்
தண்ணீரை
ஒளித்து வைத்துவிட்டு
வெறிபிடித்த நெருப்பை
விளையாடச் சொல்கிறது.

கல்விக் கடைகள்

எரிகிறவர்களைப் பற்றிக்
கவலைப்பட்டால்
சுருட்டுக்குக்
கிடைக்குமோ
நெருப்பு?
●

சொற்பொழிவு

எத்தனை குறிப்பெடுத்து
என்ன பயன்?
பேசியது எதுவோ
அதுவே
பேசப்படும் .
●

பயணங்கள்

ஆலங்குடியில் பேசி முடித்து
அன்பர்களின் முற்றுகையை
உடைத்து வெளியேறிக்
காரின் உள்ளே திணிந்தேன்.

முள்ளான கடிகாரம் முறைக்க...
வாகனம் பறக்க
வழியில் எதிர்ப்பட்டோருக்குச்
சிறகுகள் முளைக்க

புதுக்கோட்டைக்குள் நுழைகையில்
புகைவண்டி
புறப்பட்டுவிட்டது!

'விடாதே... விடாதே...'
விரட்டுநரானார் ஓட்டுநர்...
என் நண்பர்
சூரியமூர்த்தியின் தம்பி
துரத்துநரானார்!

பந்தாடுவதற்காகக்
காத்திருந்த
சாலைகளைச் சொல்லிக்
குற்றமில்லை...

அவற்றை
மேலாண்மை செலுத்தின
மேடு பள்ளங்கள்!

ஒரு
குட்டி விமானமாய்
அவ்வப்போது
எங்கள் வாகனம்
தரைக்கு மேலே
தாவிப் பாய்ந்தது!

○ மு. மேத்தா

திருச்சியை அடைந்து
புகைவண்டி நிலையத்தில்
புகும்போது

புதுக்கோட்டையில்
என்னை ஏமாற்றிய
சேது எக்ஸ்பிரஸ்
இங்கும் எனக்குக்
கடுக்காக் கொடுக்கக்
காலம் பார்த்தது...

தொலைவில் தொங்கிய
சிவப்புச் சிரிப்பு
மஞ்சள் புன்னகையாய்
மாறியது...!

பிளாட்பாரத்தில்
நான் ஏற வேண்டிய
பெட்டியைத் தேடி
ஓடி...

அடடா...ஓ...
புகைவண்டி அசைய

அதோ நான்
அடைய வேண்டிய
குளிர்சாதனப் பெட்டி...
குதித்தேன் உள்ளே!

பெட்டியும், பையும்
வேகமாய் என் மீது
வீசப்பட்டன...
'வணக்கம்!
போய் வாங்க கவிஞரே!
அடுத்தமுறை வரும்போதாவது
அவசரமில்லாமல்...!'

சந்தன மாலைகள்
சால்வைகள்
சிதறிக் கிடக்க
அவற்றுடன்
பரிசோதகரின் புன்னகையும்
பரவியிருந்தது!

ஒவ்வொரு முறையும்
இப்படித்தான்...
ஊர்கள்தாம் வெவ்வேறு!

மயில்களுக்காகப்
பறந்ததில்லை
ரயில்களுக்காகப் பறக்கிறேன்

புகைவண்டியைப்
பிடித்துவிட்டேன்...
எதைப் பிடிக்க?
●

வெற்றித்தூண்

மகளிர் கூட்டம்
வரவேற்பளித்தது...
மலர்களைத் தூவி!

எதிரி நாட்டுப் பெண்களை
விதவைகளாக்கி வந்த
வீரர்களுக்கு!

●

விருந்துக்கு
அழைக்கிறார்
ஏப்பம் விட....

●

எழுதித் தயாரித்து
இயக்கும் நாடகங்களில்
நம் எல்லோரையுமே
நடிகர்களாக்கிவிட்டு
அவர்கள் மட்டும்
பார்வையாளர்களாய்
அமர்ந்து
பரிகசிக்கிறார்கள்

●

கொளுத்திக்
கொள்கிறவர்களும்
மூடர்கள்

கொளுத்துகிறவர்களும்
மூடர்கள் என்று

சிரித்துக் கொண்டது
தீக்குச்சி!
●

வேட்டி சட்டை
வெளியே காய்கிறது...
உள்ளே இருந்தவன்
உள்ளே காய்கிறான்...
●

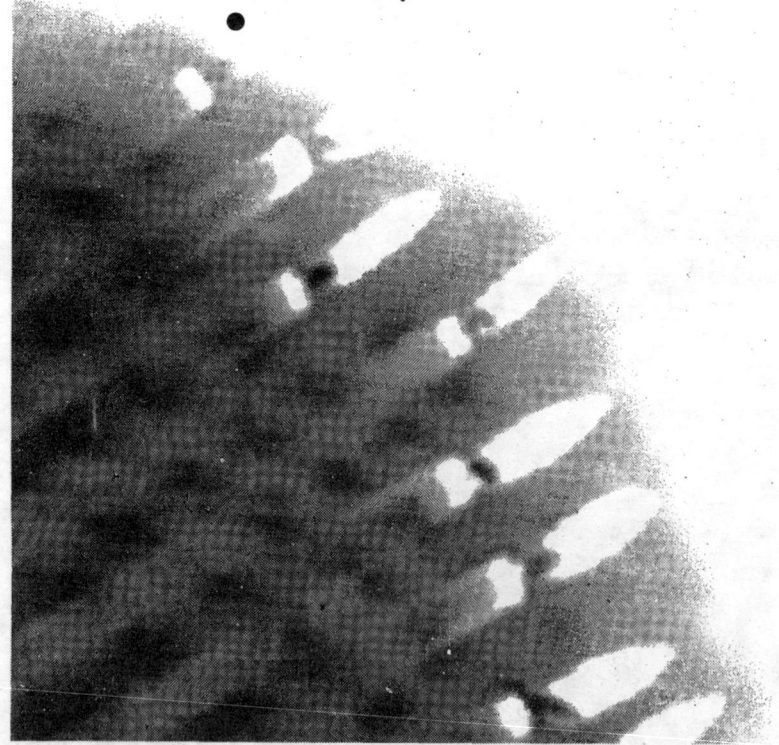

வெற்றியின் மறுபக்கம்

அனுபவம் மிகுந்த
அந்த
அறிவு ஜீவி
அறிவுரை கூறினார்.

"மனதைத்
திறந்து வைத்திடாதே
எவனாவது வந்து
புகுந்து கொள்வான்
மனதை
விரித்து வைத்திடாதே...
எவனாவது வந்து
அமர்ந்து கொள்வான்...

மனதை
ஈரமாய் வைத்திடாதே...
எவனாவது வந்து
ஒட்டிக்கொள்வான்

மனதை
உலர வைத்திடாதே
எவனாவது வந்து
உடுத்திக் கொள்வான்..."

அறிவு ஜீவியின்
வெற்றிக்குக் காரணம்
விளங்கியதெனக்கு!
●

கி.பி. 2000

1999 ஆண்டுகளும்
அடுத்தடுத்த சவப்பெட்டிகளில்...
தொட்டிலில்
இரண்டாயிரம் ஆண்டு!
O
தேசமெங்கும்
திருவிழாக் கொண்டாடி
காதுகளையும் கண்களையும்
கிழித்துக் கொண்டிருந்தபோது
மௌனமாய் நான் ஒரு
தேதியைக் கிழித்தேன்!
O
ஆணியடித்து மாட்டினேன்
சில நம்பிக்கைகளையும்
ஒரு நாட்காட்டியையும்...
சிலுவையில் நான்!

இன்று முதல்...

பூமியில்
நட்சத்திரங்களைப் பயிரிடு...
புல்லாங்குழல்களை
அறுவடை செய்...
பொங்கல் விழாக் கொண்டாடு!

கோவில்களில் மசூதிகளில்
உன்
குப்பையைக் கொட்டாதே...
இதயத்தைப் பூக்கூடையாக்கி
ஏந்திச் செல்!

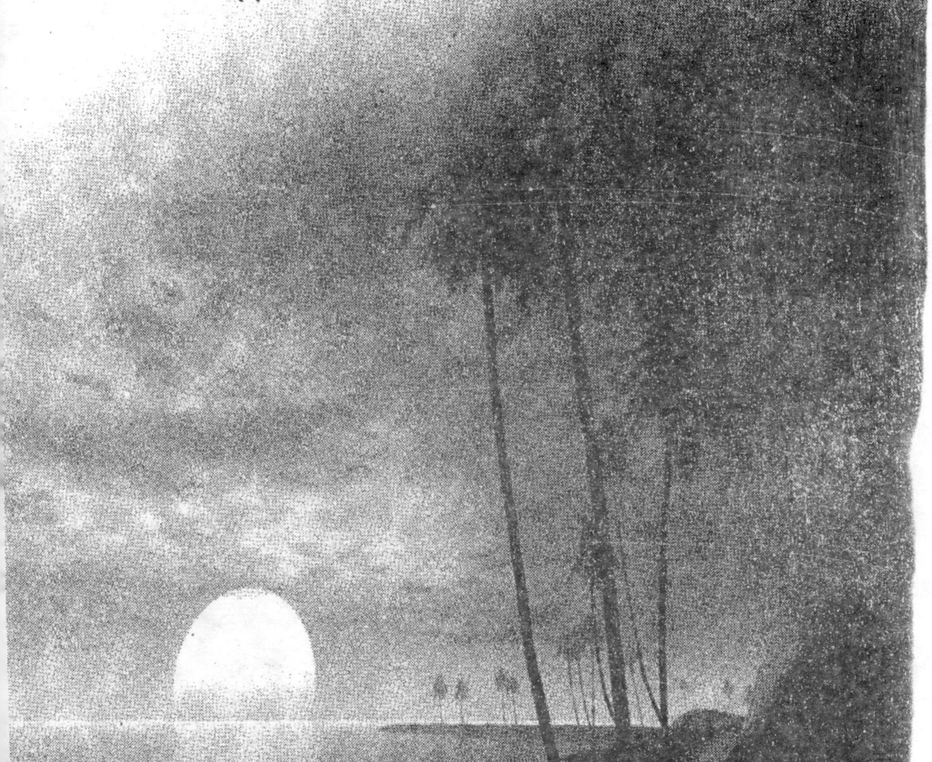

சாதி மத சமயப் பூசல்கள்
ஆயிரமாயிரம்
ஆண்டுகளுக்கு முந்திய
அழுக்கு நாட்காட்டிகள்!

மூலையில் வீசவேண்டிய
அவற்றிலா
முகம்பார்த்துக் கொள்கிறாய்?

விடிகாலைப் பொழுதுகளில்
ஏராளமான கண்ணாடிகளை
ஏந்திப்
புன்னகை செய்கின்றன
பூக்கள்!

அந்தப்
பனித்துளிகளில் உன்னைப்
பார்த்துக் கொள்!

தூசி துப்பட்டைகளை
ஒதுக்கித் தள்ளும்போது
துடைப்பங்கள் அழுவதில்லை.

பொய்ம்மையைக் கொளுத்து!
போகியை நடத்து!

கண்ணீரிலா துவைப்பது
கைக்குட்டைகளை?

கசக்கியா பிழிவது
இதயங்களை?

தமிழ்ச் சங்கங்களில்
தீர்மானம் போடு
சாதிச் சங்கங்களைக்
கலைத்துவிடு!

காதலோடு உன்னைத்
தீண்டுகிறது காற்று!
அதன்
சிறகுகளில் தீவைக்காதே!

பசியோடு அமர்ந்திருக்கிறது
பானை! அதன்
அடுப்பில் நெருப்பு மூட்டு!

வழங்குவோம் இந்த
பூமிக்கு வரம்...
இனி...
தேசமே சமத்துவபுரம்!
உலகமே சமாதானபுரம்!
●

சுவரொட்டித் தலைவர்கள்

ஏராளமான
தலைவர்கள் தினமும்
எழுத்தாய்ப் படமாய்
சுவரில் முளைக்கிறார்.

ஆளே இல்லாத்
தலைவர் ஆயினும்
அலைகடலாய் திரண்டுவர
மக்களை அழைக்கிறார்.

சுவரொட்டித் தலைவர்களை
நாங்கள்
சகிப்பதன் காரணம்
ஒட்டுவோர் எழுதுவோர்
ஒரு சிலர் பிழைக்கிறார்...

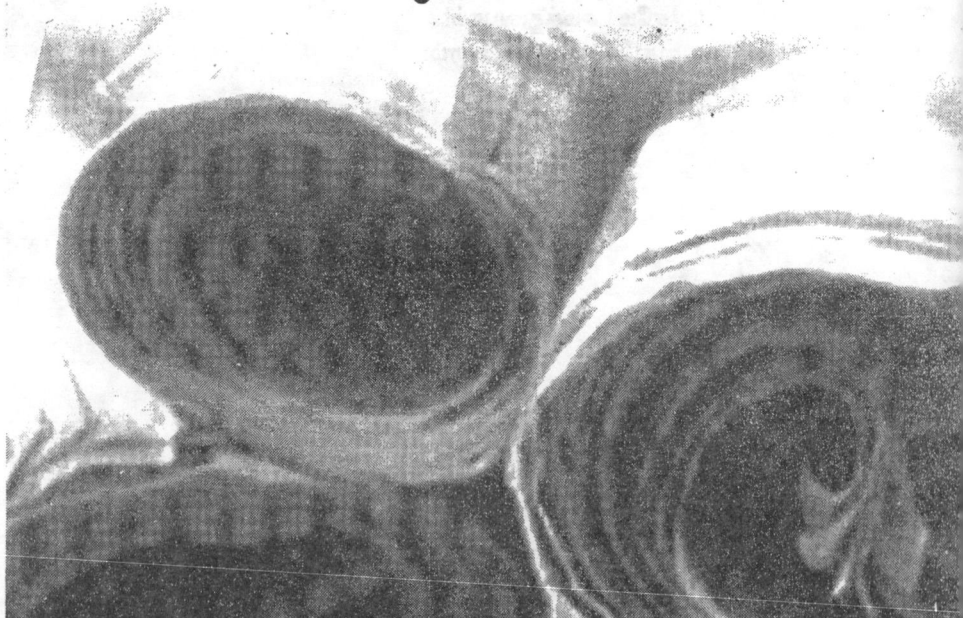

பிறவிக் கடன்

இறைவன்தான் என்னைக் கேட்பான்
'எப்படி வாழ்ந்தாய்?' என்று!
இறைவனை நானும் கேட்பேன்
'எப்போது வாழ்ந்தேன்?' என்று!
●

○ மு. மேத்தா

நினைவு நாள்

செத்துப் போனவர்கள் வந்து
அஞ்சலி செலுத்துகிறார்கள்
எப்போதும் உயிரோடு
இருப்பவர்களுக்கு!
●

மதிப்பீடு

எழுதிக் கொண்டிருந்தான்
விமர்சனங்கள் வந்தன...
எழுதாமல் இருந்தான்
விருதுகள் வந்தன!
O

கால் நடைக்குத்
தெரியுமா
கவிதை நடை?
●

○ மு. மேத்தா

விடைபெறும் வேளை

உன் கண்ணீர்
என் கண்களில்...
என் புன்னகை
உன் உதடுகளில்...
போய் வா... அன்பே
○
இடம் மாறிப் போகின்றோம்
இதயங்களை
மாற்றிக் கொள்ளாமல்...
○
என்ன உனக்கு
எழுதிக் கொடுப்பது...
என்னையே
எழுதிக்
கொடுத்த பிறகு...
○
நினைவுப் பரிசு எதற்கு?
உன் நினைவே
பரிசு
எனக்கு.
○
நாம் பேசிக்கொள்ளாமல்
இருந்த
அந்த நாட்கள்
நம்மைப்பற்றிப்
பேசிக் கொள்கின்றன
இப்போது...
○

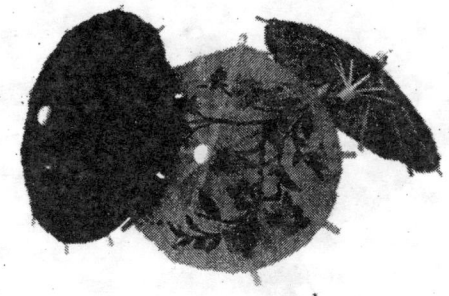

○
பூக்கள்
பறிப்பதற்கல்ல
என்று
புன்னகைப்பவளே
புரிந்துகொள் -
இதயங்கள்
எரிப்பதற்கல்ல!
○
எந்தத்
திருவிழாவிலாவது
சந்தித்துக்கொள்வோம்
மீண்டும்
காணாமல் போவதற்கு!
○
மகிழ்ச்சியான தருணங்களில்
தனியே சிரித்துக்கொள்!
சோகம் வரும்போது
மட்டும்
சொல்லி அனுப்பு!
○
தூங்கிக்கொண்டிருந்த
காதல்
விழித்தெழுந்தபோது
விடைபெறும் வேளை...
●

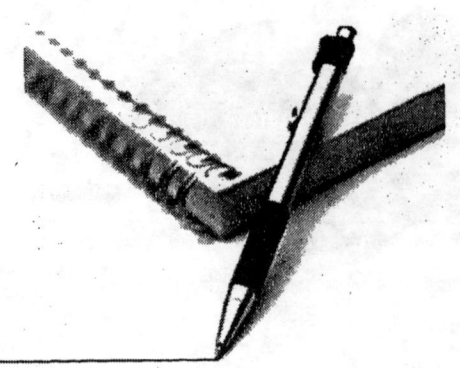

நன்றி

எனது அருமைத் தம்பி
கவிஞர். பழநிபாரதிக்கும்
கவிதைகளை வெளியிட்ட பத்திரிகைகளுக்கும்

இந்தியா என் காதலி ○ ஆனந்தவிகடன் (ஆகஸ்ட் 2003)
குற்றப் பத்திரிகை ○ குமுதம் (8.6.2000)
உயிர் பாடும் ஒப்பாரி ○ ஜூனியர் விகடன் (16.2.2000)
நதி ○ பாக்யா (16.10.98)
நீயும் நானும் ○ குமுதம் (15.6.2000)
இன்னொரு கடத்தல் ○ ஆனந்த விகடன் (3.12.2000)
விளக்குகளின் விழா ○ தினமணி தீபாவளி மலர் (அக்டோபர் 98)
ஒரே குரல் ○ மாலைமதி (18.2.99)
கவிதையின் கதை ○ விகடன் பவளவிழா மலர் (2002)
ஆகாயத்துக்கு அடுத்தவீடு ○ குமுதம் (29.6.2000)
தீண்டாமை ○ தினமணி கதிர் (செப் 11 1994)
அன்பழைப்பு ○ மாலைமுரசு தமிழ்ப் புத்தாண்டு மலர் (1998)
கடலுடன் ஒரு கலந்துரையாடல் ○ வாசுகி (16.10.98)
தாய் மண்ணே வணக்கம் ○ சாவி (5.11.99)

கவிஞரின் நூல்கள்

கவிதை

கண்ணீர்ப் பூக்கள்	(1974)	29ஆம் பதிப்பு
ஊர்வலம்(தமிழக அரசின் முதற் பரிசு பெற்றது)	(1977)	15ஆம் பதிப்பு
மனச்சிறகு	(1978)	10ஆம் பதிப்பு
அவர்கள் வருகிறார்கள்	(1980)	10ஆம் பதிப்பு
முகத்துக்கு முகம்	(1981)	10ஆம் பதிப்பு
நடந்த நாடகங்கள்	(1982)	11ஆம் பதிப்பு
காத்திருந்த காற்று	(1982)	8ஆம் பதிப்பு
ஒரு வானம் இரு சிறகு	(1983)	9ஆம் பதிப்பு
திருவிழாவில் ஒரு தெருப்பாடகன்	(1984)	7ஆம் பதிப்பு
நந்தவன நாட்கள்	(1984)	10ஆம் பதிப்பு
இதயத்தில் நாற்காலி	(1985)	7ஆம் பதிப்பு
என்னுடைய போதிமரங்கள்	(1987)	6ஆம் பதிப்பு
கனவுக் குதிரைகள்	(1992)	5ஆம் பதிப்பு
கம்பன் கவியரங்கில்	(1993)	3ஆம் பதிப்பு
என் பிள்ளைத் தமிழ்	(1994)	2ஆம் பதிப்பு
ஒற்றைத் தீக்குச்சி	(1997)	4ஆம் பதிப்பு
மனிதனைத் தேடி	(1999)	2ஆம் பதிப்பு
ஆகாயத்துக்கு அடுத்த வீடு (சாகித்திய அகாதமி விருது பெற்றது)	(2004)	4ஆம் பதிப்பு
மு.மேத்தா கவிதைகள்	(2007)	1ஆம் பதிப்பு

கவிதைச் சிறுகதை

வெளிச்சம் வெளியே இல்லை	(1981)	11ஆம் பதிப்பு

சிறுகதை

மு.மேத்தா சிறுகதைகள்	(2000)	3ஆம் பதிப்பு

புதினம்

சோழ நிலா	(1982)	6ஆம் பதிப்பு
(ரூ.20,000 ஆனந்த விகடன் பொன் விழாப் பரிசு பெற்ற சரித்திர நாவல்)		
மகுட நிலா	(1997)	3ஆம் பதிப்பு
கோட்டையை நோக்கி	(2008)	1ஆம் பதிப்பு

கட்டுரை

மு.மேத்தா முன்னுரைகள்	(1983)	6ஆம் பதிப்பு
நானும் என் கவிதையும்	(1984)	5ஆம் பதிப்பு
நினைத்தது நெகிழ்ந்தது	(1984)	8ஆம் பதிப்பு
பக்கம் பார்த்துப் பேசுகிறேன்	(1986)	6ஆம் பதிப்பு
புதுக்கவிதைப் போராட்டம்	(1987)	4ஆம் பதிப்பு
அவளுக்கு ஒரு கடிதம்	(1989)	5ஆம் பதிப்பு
அன்புடன்	(2001)	2ஆம் பதிப்பு

பேட்டிகள்

இதய வாசல்	(1990)	5ஆம் பதிப்பு
திறந்த புத்தகம்	(1990)	5ஆம் பதிப்பு

காவியம்

நாயகம் ஒரு காவியம்	(1994)	4ஆம் பதிப்பு

திரைப்பாடல்

மு.மேத்தாவின் திரைப்படப்பாடல்கள்-1	(1996)	முதற்பதிப்பு

மொழிபெயர்ப்பு

Selected Poems of Mu.Metha
  ஆங்கிலத்தில் -டாக்டர் கவிஞர் பாலா (2002)   முதற்பதிப்பு
மனிதனைத் தேடி
  இந்தியில் திருமதி ஐமுனா   (2003)   முதற்பதிப்பு

★அடைப்புக்குறிக்குள்-முதற்பதிப்பு வெளிவந்த ஆண்டு